இனிக்கும் தமிழ்

(பழந்தமிழ் இலக்கியங்களிலிருந்து நெஞ்சைத் தொடும் காட்சிகள்)

இனிக்கும் தமிழ்

(பழந்தமிழ் இலக்கியங்களிலிருந்து நெஞ்சைத் தொடும் காட்சிகள்)

என். சொக்கன்

ZDP
SPECIFICS

Title: Inikkum Tamil
Author's Name: N Chokkan
Copyright © N Chokkan - 2024
Published by ZDP Specifics

All rights reserved. No part of this publication may be reproduced, stored in a retrieval system, or transmitted, in any form or by any means, electronic, mechanical, photocopying, recording, psychic, or otherwise, without the prior permission of the publishers.

(An imprint of Zero Degree Publishing)
No. 55(7), R Block, 6th Avenue,
Anna Nagar,
Chennai - 600 040

Website: www.zerodegreepublishing.com
E Mail id: zerodegreepublishing@gmail.com
Phone: 89250 61999

ZDP Specifics First Edition: August 2024
ISBN: 978-93-95222-89-1
TITLE NO ZDPS: 87

Rs. 60/-

Cover Design & Layout: Vijayan, Creative Studio
Printed at Rathna Offset, Chennai, India

பொருளடக்கம்

1. அவன் சூரியன், நான் நெருஞ்சி 9
2. கொடைமடம், படைமடம் 11
3. மழையும் மனமும் 14
4. துயர் நீக்கும் மணியொலி 17
5. கிளையின் ஏக்கம் 20
6. நாங்களும் தலைவர்கள்தான்! 23
7. சொந்த ஊர்ப் பெருமை 26
8. குமரிப்படை வீரன்! 29
9. அன்பென்னும் பெருஞ்செல்வம் 32
10. முருகா, முத்தம் தா! 36
11. தமிழர் அன்பு 40

முன்னுரை

அன்றைய தமிழர்கள் எப்படி வாழ்ந்தார்கள், என்னென்ன செய்தார்கள், எப்படியெல்லாம் உணர்ந்தார்கள், அவர்கள் முதன்மையாக மதித்த விஷயங்கள் என்னென்ன... இவற்றையெல்லாம் தெரிந்துகொள்ளக் கல்வெட்டுகள், செப்பேடுகள், வரலாற்று நூல்கள் ஒரு வழி. அதைவிடச் சுவையான இன்னொரு வழி, இலக்கியங்கள்.

வளமான இலக்கிய அடித்தளம் கொண்ட தமிழின் பழைய பாடல்களில் அன்றைய வாழ்க்கையைப்பற்றிய பல்வேறு செய்திகளும் நுட்பங்களும் இன்றைக்கும் நமக்குப் பயன்படக்கூடிய பாடங்களும் நிறைந்திருக்கின்றன. புலவர்களுடைய மொழியில் அவற்றைப் படிக்கும்போது நமக்குள் மகிழ்ச்சி பிறக்கும், எப்பேர்ப்பட்ட பண்பாட்டின் தொடர்ச்சியாக நாம் பிறந்திருக்கிறோம் என்கிற பெருமிதமும் தோன்றும்!

'ஆனா, அந்தப் பாட்டெல்லாம் ரொம்பக் கடினமா இருக்குமே! நமக்குப் புரியாதே!' என்கிறீர்களா? கவலை வேண்டாம், இந்தப் புத்தகம் இன்றைய தமிழில் அன்றைய இலக்கியங்களைச் சுவைக்கக் கற்றுத்தரும்!

'மல்லிகை மகள்' மாத இதழில் வெளியான இந்தத் தொடரை விரும்பிக் கேட்டு வெளியிட்ட ஆசிரியர் ம.கா. சிவஞானம்

அவர்களுக்கும், இப்போது நூலாக வெளியிடும் ஸீரோ டிகிரி பதிப்பகத்தார்க்கும் என் நன்றி.

பழந்தமிழ் இலக்கியம் ஒரு கடல் என்றால், இங்கு நான் பதிவு செய்திருப்பவை ஒரு சிறு துளிமட்டும்தான். முழுக் கடலிலும் மூழ்கித் திளைக்கும் ஓர் ஆர்வத்தை இந்தப் புத்தகம் தூண்டினால் மகிழ்வேன்.

பெங்களூரு,
21 ஜனவரி 2024

என்றும் அன்புடன்,
என். சொக்கன்

1. அவன் சூரியன், நான் நெருஞ்சி

பொதுவாக, 'நெருஞ்சி' என்ற சொல்லைக் கேட்டதும் மக்கள் மனத்தில் தோன்றுகிற முதல் விஷயம், நெருஞ்சி முள்தான்.

ஆனால், நெருஞ்சிக்கு இன்னொரு சிறப்பும் இருக்கிறது. நாம் அதை *315*வது குறுந்தொகைப் பாடலில் தெரிந்துகொள்ளலாம்.

மதுரை வேள்ஆதத்தனார் எழுதிய இந்தப் பாடலில் வரும் காதலி தன்னுடைய காதலனை எண்ணி உருகுகிறாள், 'கடல்மேல் நிலா எழுவதுபோன்ற வெண்ணிற அருவி பாய்கிற மலைநாட்டைச் சேர்ந்தவன் என் காதலன்' என்கிறாள்.

கடல்மேல் நிலா என்று இணையத்தில் தேடுங்கள். அடர்ந்த வண்ணம் கொண்ட கடற்பரப்புக்குமேல் நிலா தோன்றுவதையும், அதன் வெண்ணிறக் கதிர்கள் கீழுள்ள நீரில் அழகாக நீண்டு ஒளிர்வதையும் பார்க்கலாம், அருவியில் தொடர்ச்சியாக நீர் கொட்டும்போது உண்டாகிற வெண்ணிற நீர்ப்பரப்புக்கு அதைப் பொருத்தமான உவமையாகப் பயன்படுத்தியிருக்கும் புலவரை எண்ணி வியக்கலாம்!

அப்படிப்பட்ட மலைநாட்டைச் சேர்ந்த காதலன் தன்னுடைய காதலியைப் பிரிந்து செல்கிறான், 'விரைவில் திரும்பி வருவேன், உன்னைத் திருமணம் செய்துகொள்வேன்' என்று சொல்லிவிட்டுக் கிளம்புகிறான். அவன் விரைவில் வருவான். ஆனால், அதுவரை?

அவனை எண்ணிக் காதலி வாடுகிறாள். இதைப் பார்த்த காதலியின் தோழி அவளிடம் கேட்கிறாள், 'இந்தப் பிரிவை நீ எப்படித் தாங்கிக்கொள்ளப்போகிறாய்?'

'கவலைப்படாதே தோழி, அவன் திரும்பி வரும்வரை நான் காத்திருப்பேன்' என்கிறாள் அந்தக் காதலி, 'ஏனெனில், என் காதலனுடைய விருப்பம் எதுவானாலும் அதை நான் நிறைவேற்றுவேன். அவன் சூரியனைப்போல, என்னுடைய பெரிய தோள்கள் நெருஞ்சியைப்போல.'

காதலன் சூரியனைப்போல என்பது புரிகிறது. இவள் ஏன் தன்னுடைய தோள்களை நெருஞ்சியுடன் ஒப்பிடுகிறாள்?

காரணம் இருக்கிறது. நெருஞ்சி மலர் எப்போதும் சூரியனைப் பார்த்துத் திரும்பி நிற்குமாம்.

எப்போதும் சூரியனைப் பார்த்துத் திரும்பி நிற்கிற மலர் சூரியகாந்திதானே? நெருஞ்சி எப்படி?

இந்த விஷயத்தில் சூரியகாந்தியும் நெருஞ்சியும் ஒரே இனத்தைச் சேர்ந்த மலர்கள்தான் என்கிறார் புதுச்சேரியைச் சேர்ந்த தமிழ் அகராதித்துறைப் பேராசிரியர் முனைவர் சுந்தர சண்முகனார். ஏனெனில், இவை இரண்டும் சூரியனைப் பார்த்துத் திரும்புகின்ற குணம் கொண்டவை.

ஆக, நெருஞ்சிப் பூ எப்போதும் சூரியனைப் பார்த்துக்கொண்டிருப்பது போல் என்னுடைய தோள்கள் இரண்டும் என் காதலனைப் பார்த்துக்கொண்டிருக்கின்றன என்கிறாள் இந்தக் காதலி!

> எழுதரு மதியம் கடல் கண்டாஅங்(கு)
> ஒழுகு வெள் அருவி ஓங்கு மலை நாடன்
> ஞாயிறு அனையன், தோழி,
> நெருஞ்சி அனைய என் பெரும் பணைத் தோளே.

நெருஞ்சிப் பூ சூரியனைப் பார்த்துத் திரும்பும் என்கிற செய்தி அகநானூறு, புறநானூறு உள்ளிட்ட வேறு பல பழந்தமிழ் நூல்களிலும் குறிப்பிடப்பட்டிருக்கிறது. இயற்கையோடு இயைந்து வாழ்ந்த அன்றைய தமிழர்களைப்பற்றிய பாடல்களில் இப்படி நுணுக்கமான பல செய்திகள் நமக்குக் கிடைக்கின்றன.

2. கொடைமடம், படைமடம்

அன்றைய புலவர்கள் தங்களுக்கு வேண்டியதையெல்லாம் கொடுத்து ஆதரித்த அரசர்களைப் பலவிதமாகப் புகழ்ந்து பாடினார்கள் என்று கேள்விப்பட்டிருக்கிறோம். அப்படி அவர்கள் புகழ்ந்து பாடும் பாடல்களைக் கேட்டு அரசர்கள் மகிழ்ந்ததையும், அவர்களுக்கு இன்னும் பல பரிசுகளை அள்ளிக் கொடுத்ததையும் அறிந்திருக்கிறோம்.

ஆனால், எந்தப் புலவராவது அரசரை 'மடையன்' என்று பாடுவாரா?

பாடியிருக்கிறார். அது சங்க இலக்கியத் தொகுப்பிலும் இடம்பெற்றுப் புகழ் பெற்றிருக்கிறது. அந்தப் பாடல், புறநானூற்றில் உள்ளது. அதை எழுதியவர் பரணர். அதில் பாடப்பட்ட அரசருடைய பெயர், வையாவிக் கோப்பெரும் பேகன்.

இந்த அரசருடைய பெயரை எங்கேயோ கேட்டதுபோல் இருக்கிறது என்று யோசிக்கிறீர்களா? உங்கள் நினைவாற்றலுக்கு ஒரு பாராட்டு! 'மயிலுக்குப் போர்வை கொடுத்த வள்ளல் பேகன்' என்று நாம் பள்ளிப் புத்தகங்களில் படித்த அதே அரசர்தான் இவர்.

காட்டில் ஒரு மயில் இயல்பாக அகவுகிறது. அதைக் கேட்ட அரசர் பேகன் அந்த மயில் குளிரில் நடுங்குவதாக எண்ணிவிடுகிறார், தன்னுடைய போர்வையை அந்த மயிலுக்குப் போர்த்திவிடுகிறார்.

உண்மையில் மயில் குளிரில் நடுங்கவில்லை, ஒருவேளை அப்படி நடுங்கினாலும் மயிலுக்குப் போர்வை பயன்படாது. இதையெல்லாம் அந்தக் கணத்தில் பேகன் எண்ணவில்லை. அவருடைய மனத்தில் இருக்கும் வள்ளல்தன்மையால் அவர் சட்டென்று போர்வையை எடுத்து மயில்மீது போர்த்துகிறார். இதைத்தான் 'கொடைமடம்' என்கிறார் பரணர்.

'மடம்' என்றால், மடமை, மடத்தனம், 'கொடைமடம்' என்றால், பாத்திரம் அறிந்து பிச்சை இடாமல் யார் கேட்டாலும் அள்ளி அள்ளிக் கொடுத்துவிடுவது. அப்படிச் செய்வதன்மூலம் உண்மையான தேவை உள்ளவர்களுக்கு நம்மால் உதவ இயலாமல் போய்விடலாம்.

ஆன்ட்ரூ கார்னிகி என்ற புகழ் பெற்ற தொழிலதிபர் 'The Gospel of Wealth' என்ற சிறு நூலொன்றை எழுதியிருக்கிறார். அதில் அவர், 'உலகத்தில் தொண்டு நோக்கங்களுக்காக ஆயிரம் டாலர் செலவழிக்கப்படுகிறது என்றால், அதில் 950 டாலர் அறிவற்றமுறையில் வீணாகிறது' என்கிறார். அதாவது, வள்ளல்கள் தரும் பணத்தில் 5%தான் உண்மையில் பயன்படுகிறது. அதனால்தான் எப்போதும் சிந்தித்துக் கொடையளிக்கவேண்டும் என்கிறார்கள். அதைத்தான் பரணர் 'கொடைமடம்' என்று சுட்டிக்காண்பிக்கிறார்.

அதே நேரம், பேகனின் மனம் பரணருக்குப் புரிகிறது. 'எங்கள் அரசர் மழையைப் போன்றவர்' என்கிறார். ஏனெனில், மழையானது நீர் இல்லாத குளத்திலும் வயலிலும் பொழிந்தால்தான் உலகுக்கு நன்மை. ஆனால், அது அப்படியெல்லாம் சிந்திப்பதில்லை, எல்லா இடங்களிலும் பொழிகிறது, எந்தப் பயிரும் விளையாத வெற்று நிலத்திற்கும் மழையின் தண்ணீர்க் கொடை கிடைக்கிறது. பேகன் மயிலுக்குப் போர்வை போர்த்திய செயலும் அதுபோன்றதுதான்.

ஆனால் ஒன்று, வீரக் கழல் அணிந்த கால்களால் யானைக் கடாவை அடக்கி ஆளும் எங்கள் அரசர் பேகனுக்குக் கொடைமடம் இருக்கலாம், படைமடம் இல்லை என்கிறார் பரணர். அதாவது, பேகன் பெரிய வள்ளலாக இருப்பதால் சற்றும் சிந்திக்காமல் எல்லாருக்கும் வாரி வழங்கிவிடுவார். ஆனால், போருக்குச் செல்லும்போது மடத்தனமாக எல்லார்மீதும் பாயமாட்டார், நல்லவர்களை விலக்கித் தீயவர்களைமட்டும்தான் கொல்வார்.

கொடைமடம் உண்டு, படைமடம் இல்லை... பேகனுடைய வள்ளன்மையையும் வீரத்தையும் என்ன அழகாக, எத்தனை சுருக்கமாகச் சொல்லிவிடுகிறார் பரணர்!

அறுகுளத்து உகுத்தும், அகல் வயல் பொழிந்தும்,
உறும் இடத்து உதவாது உவர் நிலம் ஊட்டியும்
வரையா மரபின் மாரிபோலக்
கடாஅ யானைக் கழல் கால் பேகன்
கொடைமடம் படுதல் அல்லது
படைமடம் படான் பிறர் படை மயக்குறினே.

3. மழையும் மனமும்

மனிதர்கள் தொடக்கத்தில் இயற்கையைத்தான் வழிபட்டிருக்கிறார்கள். நெருப்பு, சூரியன், மழை, காற்று, கடல் போன்று தங்களுடைய வாழ்க்கையைச் செழிப்பாக்குகிற, பாதுகாக்கிற இயற்கை அம்சங்களை வணங்கியிருக்கிறார்கள். இன்று நாம் கோயிலுக்கோ தேவாலயத்துக்கோ மசூதிக்கோ சென்று வழிபடுகிற தெய்வங்களெல்லாம் அதன்பிறகுதான் உணரப்பட்டார்கள், வணங்கப்பட்டார்கள்.

அதே நேரம், இயற்கை வழிபாடு இன்றைக்கும் தொடர்கிறது. பொங்கலின்போது சூரியனை வழிபடுகிறோம், ஆடிப் பெருக்கின்போது ஆற்றை வழிபடுகிறோம்... இப்படி இன்னும் பல.

கடவுள் நம்பிக்கை உள்ளவர்கள், 'எல்லாம் வல்ல இறைவன்' என்று சொல்வதுபோல், அவர்தான் அனைத்தையும் இயக்குகிறார் என்று நம்புவதுபோல், கடவுள் நம்பிக்கை இல்லாதவர்கள் இயற்கையை நம்புகிறார்கள், அதற்கு நன்றி தெரிவிக்கிறார்கள்.

அதே நேரம், இயற்கையைப் பார்த்தவுடன் எங்களுக்குக் கடவுள் நினைவுதான் வருகிறது என்று சொல்கிறவர்களும் உண்டு. எடுத்துக்காட்டாக, பாரதியாருடைய இந்தப் பாடல்:

*காக்கைச் சிறகினிலே, நந்தலாலா, நின்றன்
கரிய நிறம் தோன்றுதையே நந்தலாலா.*

பார்க்கும் மரங்களெல்லாம், நந்தலாலா, நின்றன்
பச்சை நிறம் தோன்றுதையே நந்தலாலா.

இங்கு சில பெண்கள் மழையைப் பார்க்கிறார்கள். அவர்களுக்கு மலைமகள் அம்பிகையின் நினைவு வருகிறது. அதற்குப் பல காரணங்களை அடுக்குகிறார்கள். அதாவது, மழை பொழிதல் என்ற செயல் எப்படியெல்லாம் தங்களுக்கு அம்பிகையை நினைவுபடுத்துகிறது என்று விளக்குகிறார்கள்.

முதலில், மழையானது கடலைச் சுருக்குகிறது. அதாவது, முகில்கள் கடலிலிருந்து நீரை எடுத்துக்கொண்டு மேலெழுந்து செல்கின்றன, அழகான நிறத்துடன் விளங்குகின்றன. அவற்றைப் பார்க்கும்போது, அம்பிகையின் திருமேனி வண்ணம் இவர்கள் நினைவுக்கு வருகிறது.

அடுத்து, அந்த மேகங்களுக்கு நடுவில் மின்னல் அடிக்கிறது. அதைப் பார்க்கும்போது, அம்பிகையின் நுண்ணிய திருஇடையை இவர்கள் எண்ணிக்கொள்கிறார்கள்.

மின்னலுக்குப்பின் இடி இடிக்கிறது. அந்த ஒலி அம்பிகை தன்னுடைய திருவடிகளில் அணிந்திருக்கும் அழகிய சிலம்புகளுடைய ஒலியைப்போல் இவர்களுக்குக் கேட்கிறது. அதாவது, ஒளியும் மலைமகள், ஒலியும் மலைமகள்!

மழை பொழியும்போது வானவில் உண்டாவது இயல்புதான். அதைப் பார்த்ததும் அவர்கள், 'அடடா, இந்த வில் அம்பிகையின் திருப்புருவத்தைப்போல் வளைந்திருக்கிறது' என்று மனம் உருகுகிறார்கள்.

நிறைவாக, வானிலிருந்து பெருமழை கொட்டுகிறது. 'சிவபெருமானுடைய இடப்புறத்தில் அம்பிகை திகழ்கிறார்; அவரை விட்டு ஒருபோதும் பிரிவதில்லை; அதனால், சிவபெருமானை வணங்குகிற எல்லாப் பக்தர்களும் அம்பிகையின் திருவருளையும் பெறுகிறார்கள். அவ்வாறு அம்பிகை சிவபெருமானுடைய பக்தர்கள்மீது திருவருளைப் பொழிவதுபோல் இந்த வானம் நீரைப் பொழிகிறது' என்று அவர்கள் நெகிழ்ந்து கை கூப்புகிறார்கள்.

மாணிக்கவாசகப் பெருமான் எழுதிய இந்த அழகான பாடல் சிவபெருமானுடைய பெருமைகளைச் சொல்லும் பன்னிரு திருமுறைகளில் எட்டாம் திருமுறையிலுள்ள திருவாசகத்தில் வருகிறது, மார்கழி மாதத்தில் பரவலாகப் பாடப்படுகிற

'திருவெம்பாவை' என்ற பகுதியில் இடம்பெறுகிறது:

'முன் இக் கடலைச் சுருக்கி எழுந்து, உடையாள்
என்னத் திகழ்ந்து, எம்மை ஆளுடையாள் இட்டு இடையின்
மின்னிப் பொலிந்து, எம் பிராட்டி திரு அடிமேல்
பொன் அம் சிலம்பில் சிலம்பி, திருப்புருவம்
என்னச் சிலை குலவி, நம்தம்மை ஆளுடையாள்
தன்னில் பிரிவு இலா எம் கோமான் அன்பர்க்கு
முன்னி அவள் நமக்கு முன் சுரக்கும் இன் அருளே
என்னப் பொழியாய் மழையேலோர் எம்பாவாய்.'

திருவெம்பாவை என்றவுடன் திருப்பாவையும் நம் நினைவுக்கு வரும். ஆண்டாள் எழுதிய அந்தத் திருப்பாவையிலும் ஒரு மழைப் பாடல் வருகிறது. அங்கு வரும் பெண்களுக்கு மழையானது கண்ணனை நினைவுபடுத்துகிறது. 'மேகமே, நீ திருமாலுடைய திருவண்ணத்தைப்போல் கருத்திருக்கிறாய்' என்கிறார்கள், 'மின்னலே, நீ திருமாலுடைய திருக்கரத்தில் உள்ள சக்ராயுதத்தைப்போல் மின்னுகிறாய்' என்கிறார்கள், 'இடியே, நீ திருமாலுடைய திருச்சங்குபோல் ஒலி எழுப்புகிறாய்' என்கிறார்கள், 'மழையே, நீ திருமாலுடைய சார்ங்கம் என்னும் வில்லிலிருந்து அம்புகள் பொழிவதுபோல் பொழிகிறாய்' என்கிறார்கள்.

'ஊழி முதல்வன் உருவம்போல் மெய் கருத்து,
...பத்மநாபன் கையில்
ஆழி போல் மின்னி, வலம்புரி போல் நின்று அதிர்ந்து,
...சார்ங்கம் உதைத்த சர மழைபோல்
...பெய்திடாய்'

அதே இயற்கை, அதே காட்சிகள், ஆனால், வெவ்வேறு நபர்களுக்கு வெவ்வேறு நினைவுகள், வெவ்வேறு உணர்வுகள். இதுதான் மனத்தின் மாயம்!

★★★

4. துயர் நீக்கும் மணியொலி

‘ஒரு மணி அடித்தால், கண்ணே, உன் ஞாபகம்’ என்று ஒரு திரைப்பாடல் தொடங்குகிறது. பழநிபாரதி எழுதிய இந்த வரியில் வரும் ‘மணி’ என்ற சொல், தொலைபேசியில் அழைப்பு வரும்போது ஒலிக்கிற இசையைக் குறிக்கிறது.

அந்தத் திரைப்படத்தின் நாயகன் நாயகியுடன் தொலைபேசியில் பேசி மகிழ்கிறவன். அதனால், சுற்றுவட்டாரத்தில் எங்கு தொலைபேசி மணி ஒலித்தாலும் அவனுக்குத் தன்னுடைய காதலியின் நினைவு வருகிறது.

பள்ளியில் படிக்கும் மாணவர்களுக்கு மணியொலி என்பது அந்தப் பாடவேளை முடிந்துவிட்டது என்பதற்கான அறிவிப்பு. குறிப்பாக, எல்லாப் பாடவேளைகளும் முடிந்ததும் ஒலிக்கிற நீண்ட மணியொலி, விடுதலையின் அடையாளம், மகிழ்ச்சியாக வீட்டை நோக்கி ஓடலாம் என்கிற அனுமதிக் குறிப்பு.

கடவுள்மீது பக்தி கொண்ட அன்பர்களுக்கு மணியொலி என்பது வழிபாட்டின் அடையாளம். கோயில் மணியொலியைக் கேட்டதும் சட்டென்று கன்னத்தில் போட்டுக்கொள்கிறவர்கள் இங்கு உண்டு.

சமீபத்தில் ஓர் அருங்காட்சியகத்தில் ஆர்வத்துடன் பொருட்களைப் பார்த்துக்கொண்டிருந்தேன். திடீரென்று ஐந்துமுறை பலமான

மணியொலி கேட்டது. திகைப்புடன் நிமிர்ந்து பார்த்தேன். அங்கிருந்தவர் என்னுடைய குழப்பத்தைப் புரிந்துகொண்டு சிரித்தபடி அதை விளக்கினார், 'அந்த மணியொலிதான் சார் எங்களுக்குக் கடிகாரம். அஞ்சுவாட்டி மணி அடிச்சா இப்ப மணி அஞ்சுன்னு புரிஞ்சுக்குவோம்.'

இதைச் சொன்னவர் கையில் நவீன கடிகாரம் இருக்கிறது. அவருடைய சட்டைப்பையில் இருக்கும் செல்ஃபோனும் துல்லியமாக மணியைக் காண்பிக்கிறது. ஆனாலும் மணியொலியை வைத்து நேரம் தெரிந்துகொள்கிற பழங்காலப் பழக்கம், பழைய பொருட்களைக் காட்சிப்படுத்துகிற அந்த அருங்காட்சியகத்துக்கு மிகவும் பொருத்தமாக இருந்தது.

பல நூற்றாண்டுகளுக்கு முன்னால் தமிழ்நாட்டின் கடற்கரையோரக் கிராமம் ஒன்றில் ஒரு மணியொலி கேட்டது. அதைக் கேட்டு ஒருத்தி மிகவும் மகிழ்ந்தாள்.

ஏனெனில், அந்த ஒலி அவளுடைய காதலனுடைய தேரில் கட்டப்பட்டிருக்கும் மணியிலிருந்து எழுகிறது. அது அவளுக்கு 'டிங்டாங்' என்று கேட்கவில்லை, 'உன் துன்பங்களெல்லாம் தீர்ந்துவிட்டன. இனி உன் வாழ்வில் இன்பங்கள்மட்டும்தான்' என்றுதான் கேட்கிறது.

அவளுடைய காதலன், செல்வம் சேர்ப்பதற்கென அவளை விட்டுப் பிரிந்திருந்தான். 'நாம ரெண்டு பேரும் பல ஆண்டுகள் மகிழ்ச்சியா வாழறதுக்குத் தேவையான பணத்தைச் சேர்த்துக்கிட்டு நான் திரும்பி வருவேன்' என்று அவளுக்கு வாக்களித்துவிட்டுச் சென்றிருந்தான்.

அன்றுமுதல், அவள் அவனை நோக்கிக் காத்திருந்தாள், பிரிவு தந்த ஏக்கத்தில் உடல் மெலிந்தாள். அவளைப் பார்த்து ஊர் கேலி பேசியது. 'இவள் இவ்வளவு நம்பிக்கையோடு காத்திருக்கிறாள். ஆனால், இவளை விட்டுச் சென்றவன் திரும்பி வருவானா?' என்று கேள்வி எழுப்பியது. அதனால் அவளுடைய துன்பம் இன்னும் மிகுதியானது.

அந்த ஊர்க் கடற்கரை வானில் பல பறவைகள் பறக்கும். அவை நீலக் கடலில் மீன்களைத் தேடித் தாழ்ந்து வரும், மீன் கிடைக்காமல் ஏமாற்றமடைந்து மேலே செல்லும், மீண்டும் கீழே

வரும், மீண்டும் ஏமாற்றத்துடன் மேலே செல்லும்... இவளும் அதுபோல் காதலனை எண்ணி ஒவ்வொரு நாளும் அவன் வரும் வழியைப் பார்த்துப் பார்த்து ஏமாந்துகொண்டிருந்தாள்.

இப்போது, அவன் வருகிறான். அவனுடைய தேரில் கட்டப்பட்டிருக்கும் மணியொலி இனிமையாகக் கேட்கிறது. அதைக் கேட்டு அவள் மகிழ்கிறாள், அவள் மகிழ்வதைப் பார்த்து அவளுடைய தோழி மகிழ்கிறாள். தன்னுடைய தாயிடம் ஓடிச் சென்று கேட்கிறாள், 'அம்மா, அந்த மணியொலியைக் கேட்டீங்களா?'

'ஆமா, அதுக்கென்ன?' என்கிறார் தோழியின் தாய்.

'அந்த இன்பமான மணியொலிதான் இவளோட துயரத்தை நீக்கப்போகுது' என்று காதலியைச் சுட்டிக்காண்பித்துச் சொல்கிறாள் தோழி. 'இன்னும் கொஞ்ச நேரத்துல இவளோட காதலன் இங்க வரப்போறான், இவளைப் பெண் கேட்கப்போறான். இந்தத் தேர் மணியொலியோட திருமண மங்கல ஒலி கேட்கப்போகுது!'

அம்மூவனார் எழுதிய ஐங்குறுநூற்றுப் பாடலொன்றில் வரும் அழகிய காட்சி இது. அந்தப் பாடல்:

> அன்னை வாழி! வேண்டு அன்னை! நம் ஊர்
> நீல் நிறப் பெரும் கடல் புள்ளின் ஆனாது,
> துன்புறு துயரம் நீங்க,
> இன்புற இசைக்கும் அவர் தேர் மணிக் குரலே!

5. கிளையின் ஏக்கம்

பழமொழிகள் காலத்தின் கண்ணாடிகள். ஒரு குறிப்பிட்ட விஷயம் மக்களைப் பெரிய அளவில் பாதித்திருந்தாலன்றி அது பழமொழியாக மாறியிருக்காது, அறிவுரை சொல்வதற்குப் பயன்பட்டிருக்காது.

இதைப் புரிந்துகொள்வதற்குத் திரைப்பட வசனங்களை எடுத்துக்காட்டாகப் பயன்படுத்தலாம். ஆண்டுதோறும் எத்தனையோ படங்கள் வருகின்றன, எத்தனையோ வசனங்கள் பேசப்படுகின்றன. ஆனால், சில குறிப்பிட்ட வசனங்கள்தான் மக்கள் மொழியில் நுழைகின்றன. 'ஆண்டவன் நல்லவங்களைச் சோதிப்பான். ஆனா கைவிடமாட்டான்' என்ற வசனம் திரும்பத் திரும்பப் பேசப்படுகிறது, பலரால் மேற்கோள் காட்டப்படுகிறது என்றால், அந்தக் காலகட்டத்தில் பல நல்லவர்கள் சோதனைக்கு ஆளாகியிருக்கிறார்கள், அதிலிருந்து மீண்டிருக்கிறார்கள் என்று பொருள். அல்லது, அவ்வாறு மீளவேண்டும் என்று சமூகம் எதிர்பார்க்கிறது என்று பொருள். அதனால்தான் அந்தக் குறிப்பிட்ட வசனம் புகழ் பெறுகிறது. பழமொழிகளும் இதைத்தான் இன்னும் பெரிய அளவில் உணர்த்துகின்றன.

அப்படித் தமிழில் அடிக்கடி சொல்லப்படுகிற ஒரு பழமொழி, 'உலை வாயை மூடலாம், ஊர் வாயை மூடமுடியுமா?'. எப்போதோ சோற்றைத் திறந்த பாத்திரத்தில் உலை வைத்துச்

சமைத்துக்கொண்டிருந்த நேரத்தில் உண்டான இந்தப் பழமொழி இன்றைய பிரஷர் குக்கர், மைக்ரோவேவ் அவன் காலத்திலும் பளிச்சென்று நமக்குப் புரிகிறது. ஏனெனில், இன்றைக்கும் யாராலும் ஊர் வாயை மூட இயலுவதில்லை. அது எப்போதும் நாலு பேரைப்பற்றி நாற்பதுவிதமாகப் பேசிக்கொண்டுதான் இருக்கிறது.

குறிப்பாக, இரண்டு பேர் காதலிக்கிறார்கள் என்றால் அவர்கள் வாழும் ஊருக்குப் பெரிய கொண்டாட்டம், அவன் அப்படியாம், இவள் இப்படியாம், அவர்கள் இதையெல்லாம் செய்தார்களாம், அப்படியெல்லாம் பேசினார்களாம், இது அவர்கள் வீட்டுக்குப் பிடிக்கவில்லையாம், பெற்றோர் அவளை வீட்டுக்குள் போட்டுப் பூட்டிவிட்டார்களாம், நல்ல குடும்பத்தில் பிறந்தவர்கள் இப்படியெல்லாம் நடந்துகொள்ளலாமா என்றெல்லாம் பலவிதமாகப் பேசும்.

ஆனால், இப்படிப் பேசும் ஊர் நாளைக்கு அவர்களுக்கு ஒரு பிரச்சனை என்றால் துணைநிற்குமா? கைகொடுத்து உதவுமா? 'நான் இருக்கிறேன்' என்று ஆறுதலாகவேனும் பேசுமா?

ம்ஹூம். ஊருக்கு உதவத் தெரியாது, வம்பு பேசத்தான் தெரியும். அதனால், ஊர்ப் பேச்சை மதிக்காமல் நமக்கு எது சரியோ அதைச் செய்வதுதான் அறிவார்ந்த செயல்.

ஆலத்தூர் கிழார் எழுதிய குறுந்தொகைப் பாடலில் ஒரு பெண். அவள் ஓர் இளைஞனைக் காதலிக்கிறாள். அந்த இளைஞன் அவளைத் திருமணம் செய்துகொள்வதற்கெனப் பொருள் தேடச் செல்கிறான், 'விரைவில் திரும்பி வருகிறேன். நீ அதுவரை பொறுமையுடன் காத்திரு' என்று சொல்லிவிட்டுக் கிளம்புகிறான்.

ஆனால், ஊர் இதை நம்புமா? அது அவர்களைப்பற்றிப் பலவிதமாகப் பேசுகிறது. அதைக்கண்டு அவள் அஞ்சுகிறாள், நாணப்படுகிறாள். அவர்களுடைய பேச்சைத் தடுத்து நிறுத்துவதற்கெனக் காதலை விட்டுவிடலாமா என்றுகூட யோசிக்கிறாள்.

ஆனால், அப்படி ஊருக்கு அஞ்சிக் காதலை விட்டுவிட்டால் அவளிடம் என்ன மிஞ்சியிருக்கும்? அச்சமும், நாணமும்தான். அப்படி வாழ்வது ஒரு வாழ்க்கையா? அவள் பெருமூச்சுடன் தன்னுடைய தோழியைப் பார்த்துச் சொல்கிறாள், 'என்னுடைய நிலைமை, யானை முறித்த கிளையைப்போல் இருக்கிறது!'

'யானை முறித்த கிளையா? என்ன சொல்கிறாய்? எனக்குப் புரியவில்லை.'

'காட்டில் ஒரு மரத்தில் ஒரு கிளை நன்கு செழித்து வளர்ந்திருந்ததாம். அப்போது அங்கு ஒரு யானை வந்ததாம், அந்தக் கிளையைப் பிடித்து இழுத்ததாம், அதனால் அந்தக் கிளை முறிந்து தொங்கியதாம்' என்கிறாள் அந்தக் காதலி, 'அதாவது, அந்தக் கிளை முறிந்து கீழே விழவும் இல்லை. மரத்தில் ஒட்டிக்கொண்டு செழிப்பாக வளரவும் இல்லை. இரண்டுக்கும் நடுவில் சிக்கித் திணறியது. நானும் அப்படித்தான் திணறுகிறேன்!'

என்ன அழகான உவமை! மரத்தில் செழித்து வளர்ந்த கிளை அந்தப் பெண். அங்கு வந்த யானை, அவளுடைய காதலன். அவனுடைய காதலால் அவள் மாறிவிட்டாள். அவளுடைய பழைய நிலை இப்போது இல்லை, முறிந்து விழுந்த கிளையைப்போல் ஆகிவிட்டாள். அதைப் பார்த்து ஊர் சிரிக்கிறது, கேலி செய்கிறது. அவள் என்ன செய்வது என்று புரியாமல் தடுமாறுகிறாள்.

இந்த உவமையில் இன்னோர் உட்பொருளும் இருக்கிறது. முறிந்த கிளை இன்னும் மரத்தோடு ஒட்டித்தான் இருக்கிறது. அது மீண்டும் தழைக்கக்கூடும்.

இன்றைக்கு ஊர் என்ன பேசினால் என்ன? அவளுடைய காதலன் விரைவில் திரும்பி வருவான். அவர்கள் திருமணம் செய்துகொள்வார்கள். இதே ஊருக்குமுன் அவள் அரசிபோல் வாழ்வாள்!

கௌவை அஞ்சின் காமம் எய்க்கும்.
எள் அற விடினே உள்ளது நாணே.
பெரும் களிறு வாங்க முரிந்து நிலம் படாஅ
நார் உடை ஒசியல் அற்றே
கண்டிசின் தோழி, அவர் உண்ட என் நலனே.

★★★

6. நாங்களும் தலைவர்கள்தான்!

அந்த அரசர் பெயர் நெடுங்கிள்ளி. அவருடைய பகை அரசர் பெயர் நலங்கிள்ளி.

கிள்ளி என்பது சோழர்களுடைய பெயர்களில் ஒன்று. ஆக, இவர்கள் இருவரும் சோழ அரசர்கள்தான். ஆனால், இருவருக்குள்ளும் பகைமை வந்துவிட்டது.

ஒருநாள், இளந்தத்தன் என்ற புலவர் நெடுங்கிள்ளியின் நாட்டுக்கு வந்தார். ஏனோ, அவர்மீது நெடுங்கிள்ளிக்கு ஐயம் எழுந்தது, 'இவன் புலவன் இல்லை, என்னுடைய எதிரி நலங்கிள்ளி அனுப்பிவைத்துள்ள ஒற்றன்' என்று சினம் கொண்டார், அவரைக் கொல்லப் பாய்ந்தார்.

புலவருக்கு ஆபத்து என்றதும், அவருக்கு உதவுவதற்கு இன்னொரு புலவர் முன்வந்தார். அவர் பெயர், கோவூர் கிழார்.

இந்தக் கோவூர் கிழார் அரசர் நெடுங்கிள்ளியிடம் துணிவுடன் பேசினார், இளந்தத்தன் ஒற்றர் இல்லை, உண்மையான புலவர்தான் என்று அழகாக விளக்கினார்.

'மன்னா, புலவர்களுடைய வாழ்க்கை எளிதானது இல்லை. பழம் பழுத்துத் தொங்கும் மரத்தை நோக்கிப் பசியுடன் பறக்கும்

பறவைகளைப்போல் எங்களுடைய திறமையை மதித்துப் பரிசு கொடுத்து ஆதரிக்கும் வள்ளல்களைத் தேடி நாங்கள் செல்கிறோம்.

அந்த வள்ளல்கள் எங்களுக்குப் பக்கத்திலா இருக்கிறார்கள்? எங்கேயோ நெடுந்தொலைவில் இருக்கிறார்கள். ஆனால், அந்தத் தொலைவையெல்லாம் நாங்கள் பொருட்படுத்துவதில்லை. அங்கு செல்லும் வழி கடினமாக இருந்தாலும் பொறுத்துக்கொண்டு நடக்கிறோம். அந்த வள்ளல்களைச் சந்திக்கிறோம், அவர்களிடம் எங்கள் திறமையைக் காண்பிக்கிறோம், பலவிதமான சிறந்த பாடல்களைப் பாடுகிறோம். அதைக் கேட்டு மகிழும் அந்த வள்ளல்கள் எங்களுக்குப் பரிசளிக்கிறார்கள். அதைப் பெற்று நாங்கள் மகிழ்கிறோம்.

ஆனால், அந்தப் பரிசை நாங்கள்மட்டும் அனுபவிப்பதில்லை. எங்களுடைய சுற்றத்தினரையும் அழைத்து அவர்களுடன் பகிர்ந்து கொள்கிறோம். அதன்பிறகு செல்வம் மீதியிருந்தால், 'நாளைக்குப் பாதுகாத்துவைப்போம்' என்று நாங்கள் எண்ணுவதில்லை, மகிழ்ச்சியுடன் பிறருக்கும் கொடுத்து உதவுகிறோம்.

இதனால், எவ்வளவு பாடிப் பரிசு பெற்றாலும் எங்களிடம் செல்வம் தங்குவதில்லை. அடுத்து யாரைச் சந்திக்கலாம், பாடலாம், பரிசு பெறலாம் என்று ஏங்குகிறோம். இப்படித்தான் எங்கள் வாழ்க்கை செல்கிறது.

இப்படி வாழ்கிற நாங்கள், பிறருக்குத் தீமை செய்வதில்லை. எங்களைப்போல் புலமை இல்லாத சிலர் எங்கள்மீது பொறாமை கொண்டு ஏதாவது பேசினாலும் நாங்கள் அவர்கள்மீது சினம் கொள்வதில்லை. அதற்குப் பதிலாக, எங்கள் திறமையைக் காண்பித்து அவர்களை நாணித் தலைகுனியச்செய்துவிடுவோம். அதன்பிறகு, நாங்கள் பெருமையுடன் தலைநிமிர்ந்து நடப்போம். எப்போதும் நல்லவற்றைமட்டும்தான் செய்வோம்.

அரசப் பொறுப்பில் இருக்கும் நீங்கள் நிலத்தை ஆளுகிறீர்கள், உங்களுடைய புகழ் எங்கும் ஓங்கிப் பரவுகிறது. அதுபோல் நாங்களும் எழுத்தை ஆளும் அரசர்கள்தான்!' கோவூர் கிழாரின் சொற்களை இன்னொருமுறை பொறுமையாகப் படித்துப்பாருங்கள். ஒரு நாட்டின் மிகப் பெரிய தலைவரிடம், பணம், புகழ், படை பலம் நிறைந்த அரசரிடம், அதுவும், வாளை உருவிக்கொண்டு ஒருவர்மீது பாய்கிற அளவுக்குச் சினம் கொண்ட அரசரிடம்

புலவர் ஒருவர் தன்னுடைய பெருமையைச் சொல்கிறார். 'நாங்கள் அன்றாட வாழ்க்கைக்கு உங்களை எதிர்பார்த்திருக்கிறோம், நீங்கள் எங்களைக் கைவிடலாமா?' என்ற கேள்வியும் அங்கு இருக்கிறது. 'நீங்கள் தரும் பணத்தை நாங்கள் பகுத்துண்டு பல்லுயிர் ஓம்புகிறோம். வறுமையில் இருந்தாலும் செம்மையாக வாழ்கிறோம்' என்ற பெருமிதமும் அங்கு இருக்கிறது. 'செல்வத்துக்கு உங்களை எதிர்பார்த்திருந்தாலும், உண்மையில் நாங்களும் உங்களைப்போல் அரசர்கள்தான்' என்கிற கம்பீரமும் அங்கு இருக்கிறது.

புறநானூற்றில் இடம்பெற்றுள்ள கோவூர் கிழாருடைய இந்தப் பாடல்:

வள்ளியோர்ப் படர்ந்து, புள்ளின் போகி,
நெடிய என்னாது சுரம் பல கடந்து,
வடியா நாவின் வல்லாங்குப் பாடிப்
பெற்றது மகிழ்ந்தும், சுற்றம் அருத்தி,
ஓம்பாது உண்டு, கூம்பாது வீசி,
வரிசைக்கு வருந்தும் இப் பரிசில் வாழ்க்கை,
பிறர்க்குத் தீது அறிந்தன்றோ இன்றே, திறப்பட
நண்ணார் நாண அண்ணாந்து ஏகி,
ஆங்கு இனிது ஒழுகின் அல்லது, ஓங்கு புகழ்
மண் ஆள் செல்வம் எய்திய
நும்மோர் அன்ன செம்மலும் உடைத்தே.

கோவூர் கிழாரின் இந்தப் பெருமிதத்தைக் கவிஞர் வாலி ஒரு திரைப்பாடலில் நுட்பமாகப் பதிவு செய்திருப்பார்:

நூறாண்டு காலம் வாழ்க,
நோய் நொடியில்லாமல் வளர்க,
ஊராண்ட மன்னர் புகழ் போலே,
உலகாண்ட புலவர் தமிழ் போலே.

ஆம், மன்னர் ஊரைத்தான் ஆள்வார், புலவர் உலகை ஆள்வார்!

7. சொந்த ஊர்ப் பெருமை

உங்கள் சொந்த ஊரைப்பற்றிச் சில வரிகள் சொல்ல இயலுமா?

இப்படி யாராவது கேட்டால் நாம் உடனடியாக நம்முடைய ஊரின் சிறப்புகளை வரிசையாக அடுக்கத் தொடங்கிவிடுவோம். ஏனெனில், எல்லாருக்கும் சொந்த ஊர் என்றால் கூடுதல் பெருமைதான். அதனால், இருப்பவற்றுள் மிகச் சிறந்த சொற்களாகப் பார்த்துப் பார்த்துத் தேர்ந்தெடுத்துப் பேசுவோம், நம் ஊரை நன்றாகப் புகழுவோம்.

முக்கூடற்பள்ளு என்ற பழந்தமிழ் நூலில் வரும் பெண் ஒருத்தி தன்னுடைய சொந்த ஊரான ஆசூர் வடகரை நாட்டைப்பற்றிப் பேசும்போது, 'கறை' என்ற எதிர்மறைச் சொல்லோடு பேச்சைத் தொடங்குகிறாள். 'எங்கள் ஊரில் கறை உண்டு' என்கிறாள்.

ஆனால், மக்களுடைய மனத்தில் கறை இல்லை. வானத்தில் தோன்றும் நிலாவில்தான் கறை உள்ளது.

எங்கள் ஊரில் கடம் (மத வெறி) உண்டு, ஆனால், மக்களுடைய மனத்தில் இல்லை. இங்கு கம்பத்தில் கட்டப்பட்டுள்ள யானைகளுக்குதான் மதம் பிடிக்கும்.

இந்த ஊரில் சிறைகள் உண்டு. ஆனால், மக்கள் எல்லாரும் நல்லவர்களாக உள்ளதால், யாரும் சிறையில் அடைக்கப் படுவதில்லை. வானத்தில் பறக்கும் பறவைகளுக்குதான் சிறைகள், அதாவது, சிறகுகள் உள்ளன.

எங்கள் ஊரில் திரிதல் உண்டு. ஆனால், மக்கள் கெட்டுத் திரியமாட்டார்கள். நெய் ஊற்றிய விளக்குகள்தான் திரியோடு விளங்கும்.

இந்த ஊரில் குறை உண்டு. ஆனால், மக்களிடம் எந்தக் குறையும் இல்லை. கொத்தப்படும் அம்மியில்தான் குறை (பள்ளம்) உண்டு.

இங்கு குழைதல் உண்டு. ஆனால், துன்பம் இல்லாத ஊர் என்பதால் மக்கள் வருந்திக் குழைவதில்லை, கொடிகளில்தான் குழைகள், அதாவது, இலைகள் காணப்படும்.

எங்கள் ஊரில் மறை உண்டு. ஆனால், யாரும் தங்களிடம் இருக்கும் செல்வத்தை மறைத்துவைக்கமாட்டார்கள், எல்லாருக்கும் வாரி வழங்கி மகிழ்வார்கள். இங்குள்ளோர் எழுதும் சிறந்த செய்யுள்களில்தான் அழகான விளக்கங்கள் மறைத்து வைக்கப்பட்டிருக்கும்.

ஆக, கறை, கடம், சிறை, திரி, குறை, குழை, மறை என்கிற ஏழு எதிர்மறைச் சொற்களை எடுத்துக்கொண்டு, அவற்றைப் பயன்படுத்தித் தன்னுடைய ஊரை நேர்விதமாகப் புகழ்கிறாள் இந்தப் பெண். அதன்மூலம் அந்த ஊரின் அழகான தோற்றத்தையும் விவரித்துவிடுகிறாள்.

பக்கத்தில் இன்னொரு பெண், அவள் சீவல மங்கைத் தென்கரை நாட்டைச் சேர்ந்தவள். அவளும் தன் பங்குக்குத் தன்னுடைய ஊரை எதிர்மறைச் சொற்களைக் கொண்டு புகழ்கிறாள்:

எங்கள் ஊரில் காய்வது உண்டு. ஆனால், மக்கள் மனத்தில் 'காய்தல்' என்கிற சினம் உண்டாகாது, வெய்யில்தான் காயும்.

இந்த ஊரில் கலங்குவது உண்டு. ஆனால், மக்கள் வருந்திக் கலங்க மாட்டார்கள், வெண்ணிறத் தயிர்தான் கலங்கிக் காணப்படும்.

எங்கள் ஊரில் மாய்தல் உண்டு. ஆனால், எங்கள் மக்கள் நெடுநாள் நலத்துடன் வாழ்கிறவர்கள், யாரும் இளம் வயதில் இறப்பதில்லை (மாய்வதில்லை), நாளும் வாரமும்தான் மாய்ந்துபோகும் (கடந்துபோகும்).

இந்த ஊரில் மறுகுதல் (சுழலுதல்) உண்டு. ஆனால், எங்கள் மக்கள் வலிமையுடனும் வீரத்துடனும் திகழ்வதால் வெளிநாட்டுப் படைகள் எங்கள் நாட்டை வந்து சுற்றி மறுகாது, நீர்வெள்ளம்தான் மறுகி (சுழன்று) ஓடும்.

இங்கு சாய்வது உண்டு. ஆனால், எங்கள் மக்கள் வருந்திச் சாயமாட்டார்கள், செந்நெல் கதிர்கள்தான் நன்கு விளைந்து, சாய்ந்து விளங்கும்.

எங்கள் ஊரில் தனிமை உண்டு. ஆனால், காதலர்கள், இல்லறத்தில் வாழ்வோர் தனித்திருப்பதில்லை, தவம் செய்பவர்கள்தான் தனித்திருந்து கடவுளை எண்ணுவார்கள்.

இந்த ஊரில் தேய்வது உண்டு. ஆனால், யாருடைய மனமும் வருந்தித் தேயாது, சந்தனம்தான் உரைக்க உரைக்கத் தேயும்.

இவளும் காய்தல், கலங்குதல், மாய்தல், மறுகுதல், சாய்தல், தனித்திருத்தல், தேய்தல் என்கிற ஏழு எதிர்மறைச் சொற்களை எடுத்துக்கொள்கிறாள், அவற்றின்மூலம் தன்னுடைய ஊரைச் சிறப்பாக விவரித்துவிடுகிறாள்.

கெட்ட சொல்லானாலும் சரி, நம் மனத்துக்குப் பிடித்த இடத்தைப்பற்றிப் பேசும்போது அது நல்ல சொல்லாகிவிடுகிறது!

> கறைபட்டுள்ளது வெண்கலைத் திங்கள்,
> கடம்பட்டுள்ளது கம்பத்து வேழம்,
> சிறைபட்டுள்ளது விண் எழும் புள்ளு,
> திரிபட்டுள்ளது நெய்படும் தீபம்,
> குறைபட்டுள்ளது கம்மியர் அம்மி,
> குழைபட்டுள்ளது வல்லி அம் கொம்பு,
> மறைபட்டுள்ளது அரும் பொருள் செய்யுள்,
> வளமை ஆரூர் வடகரை நாடே.

> காயக்கண்டது சூரிய காந்தி,
> கலங்கக்கண்டது வெண் தயிர்க் கண்டம்,
> மாயக்கண்டது நாழிகை, வாரம்,
> மறுகக்கண்டது வான் சுழி வெள்ளம்,
> சாயக்கண்டது காய் குலைச் செந்நெல்,
> தனிப்பக்கண்டது தாபதர் உள்ளம்,
> தேயக்கண்டது உரைத்திடும் சந்தனம்,
> சீவல மங்கைத் தென்கரை நாடே.

★★★

8. குமரிப்படை வீரன்!

பெரிய வீரன் அவன், போர்க்களத்தில் பெரும் சாதனைகளைச் செய்து புகழ்பெற்றவன்.

அவனுடைய மனைவிக்குத் தன் கணவனை நினைத்து மிகவும் பெருமை. ஆனால், அவள் அவனுடைய வீரச் செயல்களையெல்லாம் கேள்விப்பட்டதுடன் சரி, நேரில் பார்த்ததில்லை. ஏனெனில், அவள் போர்க்களத்துக்குச் சென்றதில்லை.

அதனால், அவள் தன் கணவனின் வீரத்தைப்பற்றி இன்னும் நன்றாகத் தெரிந்துகொள்ளவேண்டும் என்று ஏங்கினாள், தன் கணவன் போர் செய்வதை நேரில் பார்த்த ஒருவரிடம் சென்று பேசினாள், 'ஐயா, அவர் போர்க்களத்தில் எப்படிப் போர் செய்தார் என்று கொஞ்சம் விளக்கிச் சொல்லுங்கள், நான் காது குளிரக் கேட்கிறேன்' என்றாள். அவரும் அந்தப் போர்க்களக் காட்சியை விவரிக்கத் தொடங்கினார்.

இரு நாடுகளின் படைகள் போர் செய்யக் கூடியிருந்தன. அந்தப் போர்க்களத்தின் ஒரு பக்கத்தில் நம்முடைய பாசறை (படைகள் தங்கும் இடம்). அதன்முன்னால் நம் அரசர் நிற்கிறார். அவருக்குமேல் அழகான வெண்கொற்றக்குடையைப் பிடித்திருக்கிறார்கள். அந்தக் குடை நிலாவைப்போல் திகழ்கிறது.

வண்ணத்தில்மட்டுமில்லை, குளிர்ச்சியிலும் அது நிலாவைப்போன்ற குடைதான். தங்கள் அரசர் தங்களைப் பாதுகாத்து எப்போதும் குளிர்ச்சியாக, மகிழ்ச்சியாக வைத்திருப்பார் என்கிற நம்பிக்கையில் ஏராளமான போர் வீரர்கள் அங்கு கூடியிருக்கிறார்கள். எந்தப் பக்கம் பார்த்தாலும் வீரர்கள்தான், கடல்போல் கூட்டம்.

அந்தப் படையை 'குமரிப்படை' என்கிறார் புலவர். அதாவது, யாராலும் வெல்லமுடியாத, அழிக்கமுடியாத, சோர்வில்லாத, துணிச்சலான படை. அதில் இருக்கும் வீரர்கள் எல்லாரும் எதிரிகளை அழிப்பதைத் தொழிலாகச் செய்கிறவர்கள்.

அங்குள்ளவர்களில் சிலர் ஒருவரை ஒருவர் அறிவார்கள். நண்பர்கள், உறவினர்கள் என்று அவர்கள் இதற்குமுன் கலந்து பழகியவர்கள்தான். ஆனால், இப்போது போர்க்களத்தில் எல்லாரும் ஒன்றாகக் கூடி நிற்கும்போது தெரிந்தவர் யார், தெரியாதவர் யார் என்றுகூடப் புரியவில்லை, அப்படி ஒரு குழப்பம். கடலில் அலைகள் ஓயாமல் சத்தமிடுவதுபோல் இங்கும் வீரர்களுடைய பேச்சொலி, அவர்கள் வைத்திருக்கும் ஆயுதங்களின் ஒலி, இன்னும் பலப்பல ஒலிகள்!

அந்த நேரத்தில், கழுத்தில் அழகான மாலை அணிந்திருந்த உன்னுடைய கணவன் எல்லாரையும் தள்ளிக்கொண்டு முன்னால் வந்தான், எதிரிப் படையினரைத் துணிவோடு எதிர்நோக்கி நின்றான், தன்னுடைய அரசருடைய பெயரையும் புகழையும் சொல்லி அவர்களைப் போருக்கு அழைத்தான், 'உங்களில் யாருக்கெல்லாம் வாழ்நாள் தீர்ந்துவிட்டது என்று நினைக்கிறீர்களோ, அவர்களெல்லாம் முன்னால் வாருங்கள், என்னுடைய வாளுக்குப் பலியாகுங்கள்!'

இப்படி அவன் அழைத்தபோது, எதிரிப்படையில் யாரும் அவனை நெருங்கவில்லை. ஏனெனில், அவனுடைய வீரமும் வலிமையும் எல்லாருக்கும் தெரியும். அப்படிப்பட்ட வீரனிடம் போர் செய்ய யார் முன்வருவார்கள்? வீரன் ஒருவன் வெளிப்படையாகச் சவால் விடுகிறான். ஆனால், எதிரிகளில் யாரும் அவனை நெருங்கவில்லை. இந்தக் காட்சிக்கு பாம்பின் மணியை எடுத்துக்காட்டாகச் சொல்கிறார் புலவர்.

பாம்பு இரவு நேரத்தில் தன்னுடைய மணியைக் கக்கி, அதன் ஒளியில் இரை தேடும் என்று சொல்வார்கள். அப்போது,

அந்த மணியை யாராவது நெருங்குவார்களா? பாம்புக்குப் பயந்து விலகிதான் நிற்பார்கள். அதுபோல, இந்த வீரனையும் எதிரிப்படையினர் நெருங்கவில்லையாம்.

பெருந்தலைச் சாத்தனார் எழுதிய புறநானூற்றுப் பாடலில் வரும் காட்சி இது. படிக்கப் படிக்க அந்தப் போர்க்களக் காட்சியும், தன்னுடைய படைவீரர்களை வெண்கொற்றக்குடையின்கீழ் பாதுகாக்கும் அரசரும், அவர்மேல் வைத்திருக்கும் மதிப்பினாலும் நாட்டுப்பற்றினாலும் போர் செய்யக் கிளம்பிவந்திருக்கும் இளைஞர்களுடைய வீர முழக்கங்களும், கடல் போன்ற படையில் ஒருவன்மட்டும் முன்னால் வந்து வீரத்துடன் எதிரிகளைப் போருக்கு அழைப்பதும், எதிரிகள் அவனை நெருங்க அஞ்சுவதும் ஒரு திரைப்படம்போல் நம் மனத்தில் ஓடுகின்றன, உடல் சிலிர்க்கிறது. நமக்கே இப்படியென்றால், சொந்தக் கணவனுடைய வீரத்தைக் கேட்டு மகிழ்ந்த அந்தப் பெண்ணின் பெருமிதத்தை எண்ணிப்பாருங்கள்!

உன் கணவன் பெரிய வீரன்தான் பெண்ணே, அதனால்தான் இத்தனை நூற்றாண்டுகளுக்குப்பிறகும் தமிழர்கள் அவனுடைய வீரத்தைப் படித்துப் பெருமைப்பட்டுக்கொண்டிருக்கிறோம்!

வெண் குடை மதியம் மேல் நிலாத் திகழ்தரக்
கண்கூடு இறுத்த கடல் மருள் பாசறைக்
குமரிப்படை தழீஇய கூற்று வினை ஆடவர்
தமர் பிறர் அறியா அமர் மயங்கு அழுவத்து
இறையும் பெயரும் தோற்றி 'நுமருள்
நாண் முறை தபுத்தீர் வம்மின் ஈங்கு' எனப்
போர் மலைந்து ஒரு சிறை நிற்ப, யாவரும்
அரவு உமிழ் மணியின் குறுகார்
நிரை தார் மார்பின் நின் கேள்வனைப் பிறரே.

★★★

௯. அன்பென்னும் பெருஞ்செல்வம்

அந்த இளைஞனும் அவனுடைய காதலியும் ஒருவரை ஒருவர் மிகவும் விரும்புகிறார்கள், நேசத்தோடு பழகுகிறார்கள்.

திடீரென்று ஒருநாள், அந்த இளைஞன் அவர்களுடைய ஊரை விட்டுச் செல்லத் தீர்மானிக்கிறான். அதுவும், தன்னுடைய காதலியிடம் சொல்லாமல் புறப்படத் திட்டமிடுகிறான். ஏன்? வேறு என்ன? பணம்தான் காரணம்!

'பிறக்க ஒரு நாடு, பிழைக்க ஒரு நாடு, தமிழ்நாட்டின் தலையெழுத்து இது' என்று 'பராசக்தி' திரைப்படத்தில் கலைஞர் மு. கருணாநிதி ஒரு வசனம் எழுதியிருப்பார். இன்றைக்கு உலகம்முழுக்க அந்தக் கதைதான் நடக்கிறது. எங்கோ பிறந்தவர்கள் இன்னொரு நகரத்தில் அல்லது மாநிலத்தில் அல்லது நாட்டில் குடியேறி, வேலை செய்து பணம் சம்பாதிக்கிறார்கள், சேமிக்கிறார்கள், போதுமான அளவு பணத்தைச் சேமித்தபிறகு தங்கள் சொந்த ஊருக்குத் திரும்பி வசதியாக வாழலாம் என்று எண்ணுகிறார்கள்.

அன்றைக்கு அந்த இளைஞனுக்கும் அதுதான் பிரச்சனை. அவன் வேறு ஊருக்குச் சென்று பணம் சம்பாதிக்க நினைத்தான். ஆனால், அவனுடைய காதலிக்கு இந்த விஷயம் தெரிந்துவிட்டால், அவள் மிகவும் வருந்துவாள். அவனைப் பிரிந்து வாழ்வதைப்பற்றி அவளால் கற்பனைகூடச் செய்யமுடியாது.

அதனால்தான் அந்த இளைஞன் காதலியிடம் சொல்லாமல் ஊரை விட்டுச் செல்லத் திட்டமிட்டான், 'நான் விரைவாக நிறையப் பணம் சேர்த்துக்கொண்டு ஊருக்குத் திரும்புவேன், அவளைத் திருமணம் செய்துகொள்வேன், நாங்கள் வசதியாக வாழ்வோம்' என்றெல்லாம் கனவு கண்டான்.

அவன் அவளையும் அழைத்துக்கொண்டு வெளியூர் செல்லலாமே என்றெல்லாம் யோசிக்காதீர்கள். அன்றைய உலகத்தில் அப்படிப்பட்ட சூழ்நிலை இல்லை. பணம் சேர்க்க விரும்பும் ஆண்கள் தனியாகச் செல்வதுதான் வழக்கம். அந்த நேரத்தில் அவர்களுடைய காதலியோ மனைவியோ மற்ற குடும்பத்தினரோ அவர்களைப் பிரிந்து வருந்தத்தான் வேண்டும், வழி மேல் விழி வைத்துக் காத்திருக்கத்தான் வேண்டும்.

எனவே, இந்த இளைஞன் தனியாக வெளியூர் செல்லத் திட்டமிட்டான், அதற்கான ஏற்பாடுகளைத் தொடங்கினான்.

எப்படியோ, இந்த விஷயம் அவனுடைய காதலியின் தோழிக்குத் தெரிந்துவிட்டது. அவளுடைய மனம் துடித்தது, 'இவரைப் பிரிந்து என் தோழி எப்படி உயிர் வாழ்வாள்?' என்று பதறினாள், தன்னுடைய தோழியைக் காப்பாற்றுவதற்கென, நேராக அவனிடம் சென்று பேசத்தொடங்கினாள், 'நீங்கள் வெளியூர் செல்வதாகக் கேள்விப்பட்டேன். அதற்கு நீங்கள் ஒரு பாலைவனத்தைக் கடந்துதான் செல்லவேண்டும். அந்த வழி எவ்வளவு கொடுமையானது என்று உங்களுக்குத் தெரியுமா?'

'அந்தப் பாலைவனத்தில் இருக்கிற சூரியன், நடுநிலைமை இல்லாத அரசனுடைய ஆட்சியைப்போல் எல்லாரையும் சுட்டெரிக்கும். அதனால், ஒருகாலத்தில் கம்பீரமாகவும் அழகாகவும் இருந்த ஆண் யானைகள் சோர்ந்திருக்கும், அவற்றின் தந்தங்கள் வறண்ட தரையில் கலப்பையைப்போல் ஊன்றி நிற்கும். அவ்வளவு கடினமான வழியைத் தாண்டிச் சென்றுதான் நீங்கள் செல்வம் தேடப்போகிறீர்கள். அதை எங்களிடம் சொல்லாமல் ரகசியமாகக் கிளம்பிச் செல்கிறீர்கள். நல்லது. ஆனால், அதற்குமுன்னால் நான் சொல்வதைக் கொஞ்சம் கேளுங்கள்.'

'யாழ் இசையைக் கேட்பவர்கள் மகிழ்வார்கள். ஆனால், அந்த யாழில் ஒரு நரம்பு அறுந்துவிட்டால்? அந்த இசை நன்றாக இருக்குமா?' என்று கேட்டாள் அந்தத் தோழி, 'இவ்வளவு

சிரமப்பட்டு நீங்கள் தேடும் செல்வமும் அந்த நரம்பு அறுந்த யாழைப்போன்றதுதான்!'

இந்த உவமையில் தோழி இன்னொரு நுட்பத்தையும் ஒளித்து வைக்கிறாள், 'என் தோழியான உங்கள் காதலிதான் உங்களுடைய வாழ்க்கை என்னும் யாழில் முதன்மையான நரம்பு. நீங்கள் அவளை விட்டுச் செல்வத்தைத் தேடச் சென்றால், அவள் உங்களைப் பிரிந்து வாடுவாள், அவளுக்கு ஏதாவது ஆகிவிட்டால்? அதன்பிறகு, உங்களுடைய வாழ்க்கை வெறும் நரம்பு அறுந்த யாழ்தான்!' என்கிறாள்.

அடுத்து, 'செல்வம் இன்றைக்கு இவரிடம் இருக்கும், நாளைக்கு அவரிடம் இருக்கும், அது எங்கும் நிலையாகத் தங்குவதில்லை' என்றாள் தோழி, 'ஒருவரிடம் செல்வம் வந்தால் எல்லாரும் அவரைப் புகழ்வார்கள். ஆனால், செல்வம் அவரை விட்டு நீங்கினால், எல்லாரும் அவரை இகழ்ந்து பேசுவார்கள். அப்படிப்பட்ட செல்வத்தை நீங்கள் பெரிதாகக் கருதவேண்டுமா?'

இப்படிச் செல்வத்தின் நிலைக்காத தன்மையைத் தெளிவாக விளக்கியபின், அவள் அந்த இளைஞனுக்கு ஓர் அறிவுரையும் சொல்கிறாள், 'பெருமைக்குரிய இளைஞரே, நிறையச் செல்வம் வேண்டும் என்று ஆசைப்படாதீர்கள். இந்தப் பயணத்தைக் கைவிட்டுவிடுங்கள். ஆராய்ந்து பார்த்தால் அதுதான் சரி என்று உணர்வீர்கள்.'

'நம் நாட்டை நல்ல அரசர் ஆள்கிறார். அவருடைய பாதுகாப்பான ஆட்சியின்கீழ் நீங்கள் இருவரும் மகிழ்ச்சியாக வாழுங்கள். வீட்டுக்கு வரும் விருந்தினர்களை நன்கு கவனித்து உணவளியுங்கள். உங்கள் மனைவி எப்போதும் மகிழ்ச்சியுடன் உங்கள் மார்பில் சேர்ந்திருக்கட்டும். அதுதான் நிலையான வாழ்க்கை!'

'கலித்தொகை'யில் பாலை பாடிய பெருங்கடுங்கோ எழுதிய அழகான பாடலொன்றில் இந்தக் காட்சி வருகிறது. செல்வம் சேர்ப்பது ஆண்களுடைய கடமை என்று வரையறுக்கப்பட்டிருந்த அன்றைய உலகத்தில் இப்படி ஒரு பெண் செல்வத்துக்கு எதிராக அழுத்தமாகப் பேசுவதைக் கேட்டு அந்த இளைஞன் திகைத்திருப்பான். அவள் தன் தோழிமீது வைத்திருந்த அன்பையும், இன்னும் இன்னும் செல்வத்தைச் சேர்ப்பது என்பது ஒரு முடிவற்ற சுழல் என்பதை அவள் தெளிவாகப் புரிந்துகொண்டிருக்கிறாள்

என்பதையும்தான் இந்த வாதங்கள் காண்பிக்கின்றன.

இன்றைய கண்ணோட்டத்தில் இந்தப் பாடலைப் பார்த்தால், அந்தத் தோழி பேசுவது பிற்போக்கான கருத்து என்றோ, வெளியிடங்களுக்குச் சென்று செல்வம் சேர்ப்பதுதான் அறிவார்ந்த செயல் என்றோ எதிர்க்குரல்கள் எழக்கூடும். ஆனால், இங்கு வரும் காதலன், காதலி, பயணம் ஆகியவற்றை ஒரு குறியீடாகமட்டும் கருதிச் சிந்தியுங்கள். எந்நேரமும் வேலை, தொழில் என்று அலைந்து திரிகிறோம். நம் அன்புக்குரியவர்களுடன் போதுமான அளவு நேரம் செலவிடுவதில்லை. யாராவது கேட்டால், 'இவங்களுக்காகத்தானே சம்பாதிக்கறேன்?' என்று அதற்குக் காரணம் சொல்கிறோம். இவையெல்லாம் சரிதானா? அன்பைக் காக்கவைத்துச் சேர்க்கும் செல்வம் பயனுள்ளதுதானா?... அந்தத் தோழியின் கேள்விகள் நமக்கானவையும்தான்!

நடுவு இகந்து ஓரீஇ நயன் இல்லான் வினை வாங்க
கொடிது ஓர்த்த மன்னவன் கோல்போல, ஞாயிறு
கடுகுபு கதிர் மூட்டிக் காய் சினம் தெறுதலின்,
உறல் ஊறு கமழ் கடாத்து ஒல்கிய எழில் வேழம்
வறன் உழு நாஞ்சில்போல் மருப்பு ஊன்றி நிலம் சேர,
விறல் மலை வெம்பிய போக்கு அரு வெம் சுரம்
சொல்லாது இறப்பத் துணிந்தனிர்க்கு ஒரு பொருள்
சொல்லுவது உடையேன்; கேண்மின், மற்று ஐஇய!
வீழுநர்க்கு இறைச்சியாய் விரல் கவர்பு இசைக்கும் கோல்
ஏழும் தம் பயன் கெட, இடை நின்ற நரம்பு அறூஉம்
யாழினும் நிலை இல்லாப் பொருளையும் நச்சுபவோ?
மரீஇத் தாம் கொண்டாரைக் கொண்டக்கால் போலாது,
பிரியுங்கால் பிறர் எள்ள, பீடு இன்றிப் புறம் மாறும்
திருவினும் நிலை இல்லாப் பொருளையும் நச்சுபவோ?

...

நச்சல் கூடாது பெரும, இச்செலவு
ஒழிதல் வேண்டுவல், சூழின், பழி இன்று;
மன்னவன் புறந்தர வரு விருந்து ஓம்பி,
தன் நகர் விழையக் கூடின்,
இன் உறல் வியன் மார்ப! அது மனும் பொருளே.

★★★

10. முருகா, முத்தம் தா!

*கட*லோரம். அலைகள் இடைவிடாமல் பாய்ந்துகொண்டிருக்கின்றன. அவற்றின் பேரோசை சூழலை நிரப்புகிறது.

அந்த அலைகள் வலம்புரிச் சங்குகளைக் கரையில் எறிகின்றன. அங்கு அந்தச் சங்குகள் வெண்மணலில் சூல் முற்றி முத்துகளாக உதிர்கின்றன. பின்னர் அந்த முத்துகள் நல்ல விலைக்கு விற்கப்படுகின்றன.

இன்னொரு பக்கம், மதம் வழிகின்ற பெரிய யானைகள் களிப்புடன் வருகின்றன. அவற்றின் தந்தங்கள் பிறைநிலவைப்போல் வளைந்திருக்கின்றன. அந்தத் தந்தங்களிலும் முத்துகள் பிறக்கின்றன. அவையும் நல்ல விலைக்கு விற்பனையாகின்றன.

வேறொரு பக்கம் நெல் செழித்து வளர்ந்திருக்கிறது. அது வளர்ந்து, முற்றி வளைகிறது. அதில் ஒரு குளிர்ந்த முத்து பிறக்கிறது. அதையும் சிறப்பான விலைக்கு விற்கிறார்கள்.

மேகத்திலும் முத்து பிறக்கிறது. அதையும் மக்கள் உயர்ந்த விலை கொடுத்து வாங்குகிறார்கள். இப்படி இவ்வுலகில் எத்தனையோ வகை முத்துகள் உள்ளன. அவை ஒவ்வொன்றுக்கும் ஒவ்வொரு விலையும் உள்ளது, ஒரே ஒரு முத்தைத்தவிர. ஏனெனில், அந்த முத்தின் விலையை மதிப்பிடும் திறமை யாருக்கும் இல்லை. எவராலும் அளக்க இயலாத மிக எழிலான முத்து அது.

அந்த முத்தைப் பார்க்கவேண்டுமென்றால், நீங்கள் திருச்செந்தூருக்குச் செல்லவேண்டும். அங்கு எழுந்தருளியிருக்கும் முருகப்பெருமானைக் குழந்தையாகக் காணவேண்டும், அதைத்தான் பகழிக்கூத்தர் செய்தார், அழகிய குழந்தை முருகரைப் பார்த்து, 'பெருமானே, முத்துகள் பலவற்றுக்கும் விலை சொல்லலாம். உங்களுடைய கொவ்வைக் கனியைப் போன்ற சிவந்த வாயிலிருந்து சிந்துகின்ற முத்தத்துக்கு விலை உண்டா?' என்று நெகிழ்ந்தார், 'முத்துக்கள் சிந்தும் கடலைக் கொண்ட சீரலைவாய்(திருச்செந்தூர்) முதல்வரே, எங்களுக்கு விலைமதிப்பற்ற அந்த முத்தத்தைத் தந்து அருளுங்கள்' என்று வேண்டினார்.

எழிலான முத்து என்று சொல்லிவிட்டு இங்கு ஏன் முத்தத்தைப்பற்றிப் பேசுகிறோம் என்று குழப்பமாக உள்ளதா? அது ஓர் அழகான சொல் விளையாட்டு.

தமிழில் முத்தைக் குறிக்கும் சொற்கள் நிறைய உண்டு. திருச்செந்தூர் முருகன் பிள்ளைத்தமிழில் வரும் இந்தப் பாடலிலேயே மணி, தரளம், முத்து, நித்திலம் ஆகிய சொற்களைக் காணலாம்.

அத்துடன், முத்து என்ற சொல்லுக்கு முத்தம் என்ற பொருளும் இருக்கிறது. அதனால்தான் பகழிக்கூத்தர் முத்தையும் முத்தத்தையும் இணையாக வைத்து, 'மற்ற முத்துகளுக்கு விலை உண்டு, முருகப்பெருமானுடைய முத்தத்துக்கு விலை இல்லை' என்றார்.

> கத்தும் தரங்கம் எடுத்து எறியக்
> கடும் சூல் உளைந்து வலம்புரிகள்
> கரையில் தவழ்ந்து வாலுகத்தில்
> கான்ற மணிக்கு விலை உண்டு.
> தத்தும் கரட விகட தட
> தந்திப் பிறைக் கூன் மருப்பில் விளை
> தரளம்தனக்கு விலை உண்டு.
> தழைத்துக் கழுத்து வளைந்த மணிக்
> கொத்தும் சுமந்த பசும் சாலிக்
> குளிர் முத்தினுக்கு விலை உண்டு.
> கொண்டல் தரு நித்திலம்தனக்குக்
> கூறும் தரம் உண்டு. உன் கனிவாய்
> முத்தம்தனக்கு விலை இல்லை.
> முருகா, முத்தம் தருகவே,

முத்தம் சொரியும் கடல் அலைவாய்
முதல்வா, முத்தம் தருகவே.

பிள்ளைத்தமிழ் என்பது சிறப்பான பழந்தமிழ் இலக்கிய வகைகளில் ஒன்று. புலவர்கள் தங்களுடைய அன்புக்குரிய கடவுள்கள், அரசர்கள், பெருமக்களையெல்லாம் குழந்தைகளாக எண்ணிக்கொண்டு அவர்களைப் பலவிதமாக விவரித்து, புகழ்ந்து பாடுவார்கள். அதே நேரம், அவர்கள் பெரியவர்களானபிறகு செய்த உயர்ந்த செயல்களையெல்லாம் அந்தக் குழந்தையைப் பார்த்து வியப்புடன் சொல்வதுபோல் இந்தப் பாடல்கள் அமையும்.

நாலாயிரம் திவ்யப் பிரபந்தத்தில் பெரியாழ்வார் குழந்தைக் கண்ணனைப் பலவிதமாக அழகுடன் விவரித்துப் பாடியிருக்கிறார். அந்தப் பாடல்கள்தான் பிள்ளைத்தமிழ் உருவாகக் காரணம் என்பார்கள்.

ஆண்கள், பெண்கள் என இருபாலருக்கும் பிள்ளைத்தமிழ் பாடுகிற வழக்கம் உண்டு. எடுத்துக்காட்டாக, குமரகுருபரர் பாடிய முத்துக்குமாரசாமி பிள்ளைத்தமிழ், மதுரை மீனாட்சியம்மை பிள்ளைத்தமிழ் ஆகியவற்றைக் குறிப்பிடலாம்.

பிள்ளைத்தமிழ் நூல்கள் பத்துப் பகுதிகளாகப் பிரிக்கப்படுவது வழக்கம். அந்தந்தப் பருவத்தில் குழந்தைகள் என்னென்ன செய்து மகிழ்கின்றன என்பதைக் கவனித்து அவற்றைப் பாடல்களில் அழகுற அமைப்பார்கள்:

1. கடவுளர்களை அழைத்து, பிள்ளைத்தமிழ் நூலையும் பாடப்படும் தலைவரையும் காப்பாற்ற வேண்டுகின்ற 'காப்புப் பருவம்'
2. கீரை காற்றில் அசைவதுபோல் குழந்தை தலையெடுத்து முகம் அசைக்கும் அழகைப் பாடும் 'செங்கீரைப் பருவம்'
3. தால் என்றால் நாக்கு. அந்த நாக்கை அசைத்துத் தாலாட்டிக் குழந்தையைத் தூங்கவைப்பதுபற்றிப் பாடும் 'தாலாட்டுப் பருவம்'
4. குழந்தை மகிழ்ச்சியாகக் கைகொட்டும் அழகைப் பாடும் 'சப்பாணிப் பருவம்'
5. குழந்தையின் முத்தத்துக்கு ஏங்கி வேண்டும் 'முத்தப் பருவம்' (நாம் முன் பக்கத்தில் படித்த பாடல் இந்தப் பருவத்தைச் சேர்ந்ததுதான்.)

6. தளர்நடை இட்டு நடந்து வரும் குழந்தையை வரச்சொல்லி அழைக்கும் 'வருகைப் பருவம்'

7. நிலாவைக் குழந்தையுடன் விளையாட அழைக்கும் 'அம்புலிப் பருவம்'

8. ஆண் குழந்தை சிறுமிகளுடைய சிறு மணல் வீட்டைச் சிதைக்க முயல்வது, அவற்றைச் சிதைக்கவேண்டாம் என்று சிறுமிகள் வேண்டுவது ஆகியவற்றைப் பாடும் 'சிற்றில் பருவம்' (அல்லது) பெண் குழந்தையை நீராட அழைத்துப் பாடும் 'நீராடல் பருவம்'

9. ஆண் குழந்தை சிறு பறையைக் கொட்டி மகிழ்வதுபற்றிப் பாடும் 'சிறுபறைப் பருவம்' (அல்லது) பெண் குழந்தை அம்மானை விளையாடுவதுபற்றிப் பாடும் 'அம்மானைப் பருவம்'

10. ஆண் குழந்தை சிறு தேரை உருட்டி மகிழ்வதுபற்றிப் பாடும் 'சிறுதேர்ப் பருவம்' (அல்லது) பெண் குழந்தை ஊஞ்சலாடுவதுபற்றிப் பாடும் 'ஊசல் பருவம்'

திருச்செந்தூர் முருகப்பெருமானைக் குழந்தையாக எண்ணிப் பாடும் இந்தப் பாடலில் இன்னொரு சுவையான தகவலும் கிடைக்கிறது. சங்கு, தந்தம், நெல், மேகம் என நான்கு இடங்களில் முத்து பிறப்பதை நாம் தெரிந்துகொள்கிறோம்.

வியக்கவேண்டாம். இது ஒரு தொடக்கம்தான். உண்மையில் முத்து இருபது இடங்களில் கிடைப்பதாக இன்னொரு பழந்தமிழ்ப் பாடல் சொல்கிறது:

> *தந்தி, வராக மருப்பு, இப்பி, பூகம், தனிக் கதலி,*
> *நந்து, சலஞ்சலம், மீன் தலை, கொக்கு, நளினம், மின் ஆர்*
> *கந்தரம், சாலி, கழை, கன்னல், ஆவின் பல், கட்செவி, கார்,*
> *இந்து, உடும்பு, கராம் முத்தை ஈனும் இருபதுமே.*

அதாவது, யானைத் தந்தம், பன்றிக் கொம்பு, சிப்பி, கமுகு (பாக்கு), சிறந்த வாழை, சங்கு, வலம்புரிச் சங்கு, மீனின் தலை, கொக்கு, தாமரை, பெண்களின் கழுத்து, செந்நெல், மூங்கில், கரும்பு, பசுமாட்டின் பல், பாம்பு, மேகம், நிலா, முதலை, உடும்பு ஆகிய இருபது இடங்களிலும் முத்து பிறக்கிறதாம்!

★★★

11. தமிழர் அன்பு

அவன் வேட்டுவன், அதுவும் யானை வேட்டை ஆடக்கூடிய வீரன்.

திருக்குறளில் வள்ளுவர் முயல் வேட்டையையும் யானை வேட்டையையும் ஒப்பிட்டுப் பேசுகிறார். சிறிய முயல்மீது சரியாக அம்பு எய்து கொல்வதும் வேட்டைதான், ஆனால், அதைவிட, பெரிய யானையின்மீது வேலை வீசுவது இனியது என்கிறார் அவர். ஒருவேளை, அந்த வேல் யானையின்மீது படாவிட்டாலும் பரவாயில்லை, யானையைக் குறிவைக்கும் பழக்கம் நமக்கு வரவேண்டும்.

கான முயல் எய்த அம்பினில், யானை

பிழைத்த வேல் ஏந்தல் இனிது

இந்த அறிவுரை வேடர்களுக்குமட்டுமில்லை, நம் எல்லாருக்கும்தான். பெரிய முயற்சிகளைச் செய்யும் துணிவை நாம் வளர்த்துக்கொள்ளவேண்டும். சிறியவற்றைமட்டும் செய்து அதில் மகிழ்ச்சியடைந்துகொண்டிருந்தால் நம்மால் பெரியவற்றைச் சாதிக்க இயலாது. அதனால், முயலைக் குறிவைக்காமல் யானையைக் குறிவையுங்கள், சிறிய இலக்குகளைவிட, பெரிய இலக்குகளின்மீது ஆசைப்படுங்கள் என்கிறார் வள்ளுவர்.

ஆங்கிலத்தில் இதை 'Shoot for the stars' என்கிறார்கள். அதாவது, எதையாவது எட்டிப் பிடிப்பது என்று ஆசை வந்தால், பக்கத்தில் உள்ளவற்றின்மீது ஆசைப்படாதீர்கள், வானத்தில் உள்ள விண்மீன்களைக் குறிவையுங்கள்.

இதையும் திருவள்ளுவர் சொல்லியிருக்கிறார்: 'உள்ளுவது எல்லாம் உயர்வு உள்ளல்.' சிறிய எண்ணங்கள் எதற்கு? பெரிய எண்ணங்களை வளர்த்துக்கொள்வோம், அந்த எண்ணம் நம்மைப் பெரிய வெற்றியாளர்களாக்கும்.

அப்படி யானை வேட்டை ஆடும் வல்லமை மிக்க வேட்டுவன் அவன். அவனுடைய வீட்டுக்கு முன்னால் முன்னை, முசுண்டை என்ற கொடிகள் நன்கு அடர்த்தியாகப் படர்ந்திருக்கின்றன, இயற்கையான பந்தல்போல் அமைந்து நிழல் தருகின்றன.

பக்கத்தில் ஒரு பலா மரம். அதில் ஏகப்பட்ட பலாப்பழங்கள் தொங்கிக்கொண்டிருக்கின்றன.

அன்றைக்கு அந்த வேட்டுவனுக்கு மிகவும் களைப்பு. கொடிகளின் நிழலில் படுத்து இனிமையாகத் தூங்குகிறான்.

அப்போது, அங்கு இரண்டு மான்கள் வருகின்றன. அவை இரண்டும் ஒன்றை ஒன்று தழுவி மகிழ்கின்றன, தன்னை மறந்து இன்பம் துய்க்கின்றன.

வீட்டுக்குள் அந்த வேட்டுவனுடைய மனைவி ஏதோ வேலைகளைச் செய்துகொண்டிருக்கிறாள், அதுபற்றிக் கணவனிடம் பேசுவதற்கென வெளியில் வருகிறாள், வாசலில் உள்ள இந்தக் காட்சிகளைக் கண்டு அப்படியே நின்றுவிடுகிறாள்.

ஏனெனில், அவள் வெளியில் நடந்து வந்தால், அந்த ஒலியைக் கேட்டுக் களைப்புடன் தூங்கும் அவளுடைய கணவன் விழித்துக்கொள்ளக்கூடும். அல்லது, அன்போடு அணைத்து விளையாடிக்கொண்டிருக்கும் மான்கள் அஞ்சி ஓடிவிடக்கூடும். அதனால், அவள் எந்த ஒலியும் எழுப்பாமல் அமைதியாக நிற்கிறாள். அந்த வீட்டுக்கு வெளியில் ஒரு புலவர் நின்றிருந்தார். அவர் இந்தக் காட்சிகளையெல்லாம் கண்டார், அந்தப் பெண்ணின் அன்பான மனத்தை எண்ணி மகிழ்ந்தார்.

அப்போது, பாணர் ஒருவர் அங்கு வந்தார்.

அன்றைக்கு, பண்ணிசை பாடும் கலைஞர்களைப் பாணர்கள் என்று அழைத்தார்கள். அவர்கள் தங்களுடைய குடும்பத்துடன் வெவ்வேறு ஊர்களுக்குச் செல்வார்கள், அங்கு தங்கித் தங்களுடைய இசைத் திறமையைக் காண்பித்துப் பரிசு பெறுவார்கள்.

புலவரைக் கண்ட பாணர், 'ஐயா, இந்த ஊரில் நாங்கள் எங்கு தங்கலாம்?' என்று விசாரித்தார்.

'இதோ இந்த வீட்டில் தங்கலாம்' என்றார் புலவர். 'இது ஒரு பெரிய வீரனுடைய வீடு. அவனுடைய மனைவியோ அன்பு மிக்கவள், விலங்குகளின்மீது பரிவு காட்டக்கூடியவள்.'

'நீங்கள் இந்த வீட்டுக்குள் சென்றால், முற்றத்தில் மான் தோலில் தினை அரிசி காய்ந்துகொண்டிருக்கும். அதைக் காட்டுக் கோழி, காடை, கௌதாரி போன்ற பறவைகள் தின்று மகிழும்.'

'பறவைகளுக்குத் தினை அரிசி விருந்தளிப்பதுபோல், இந்த வீட்டார் உங்களுக்கும் நல்ல விருந்து கொடுப்பார்கள்' என்றார் புலவர், 'சந்தனக் கட்டையால் அடுப்பு அமைத்து, அதில் ஆரல் மீனை மணக்க மணக்கச் சமைப்பார்கள். நீங்கள் அனைவரும் அதை நன்கு உண்டு மகிழலாம்.'

'நன்றி புலவரே. இந்த ஊர் அரசர் எப்படி?'

'இவ்வளவு நல்ல மனிதர்கள் வாழும் ஊரின் அரசரும் நல்லவர்தான். அதில் என்ன ஐயம்?' என்று சிரித்தார் புலவர். 'எங்கள் அரசர் உங்களைப்போன்ற நல்ல கலைஞர்களுக்குப் பரிசுகளை வாரி வழங்குவார். அவருடைய பாதுகாப்பில் சிறந்து விளங்கும் எங்கள் ஊரில் நீங்கள் நன்றாகத் தங்கி, எல்லா வளங்களையும் பெற்று மகிழுங்கள்.'

வீரை வெளியனார் என்ற புலவர் எழுதிய புறநானூற்றுப் பாடல் இது. அன்றைய தமிழகத்தின் எழிலையும், மனிதர்களுடைய சிறப்பையும், வந்தோரை வரவேற்று மகிழ்கின்ற அவர்களுடைய மனநிலையையும் சிறப்பாகப் பதிவுசெய்கிறது.

'புறம்' என்றதும் பெரும்பாலானோர் போர்க் காட்சிகளைத்தான் நினைத்துக்கொள்கிறார்கள். ஆனால், தமிழின் புறப்பாடல்களில் இதுபோன்ற வாழ்வியல் உண்மைகளும் அழகாகப் பேசப்பட்டுள்ளன.

முன்றில் முஞ்ஞையொடு முசுண்டை பம்பிப்
பந்தர் வேண்டாப் பலாத் தூங்கு நீழல்
கைம்மான் வேட்டுவன் கனை துயில் மடிந்து எனப்
பார்வை மடப் பிணை தழீஇப் பிறிது ஓர்
தீர் தொழில் தனிக் கலை திளைத்து விளையாட,
இன்புறு புணர் நிலை கண்ட மனையோள்
கணவன் எழுதலும் அஞ்சி, கலையே
பிணைவயின் தீர்தலும் அஞ்சி, யாவதும்
இல் வழங்காமையின் கல் என ஒலித்து
மான் அதள் பெய்த உணங்கு தினை வல்சி
கானக் கோழியொடு இதல் கவர்ந்து உண்டு என
ஆர நெருப்பின் ஆரல் நாறத்
தடி வார்ந்து இட்ட முழு வள்ளூரம்
இரும் பேர் ஒக்கலொடு ஒருங்கு இனிது அருந்தித்
தங்கினை சென்மோ, பாண! தங்காது
வேந்து தரு விழுக் கூழ் பரிசிலர்க்கு என்றும்
அருகாது ஈயும் வண்மை
உரை சால் நெடுந்தகை ஓம்பும் ஊரே.

இந்தப் பாடலில் வரும் பெண் மான்களுடைய காதலைத் தொந்தரவு செய்துவிடக்கூடாது என்று அஞ்சுகிறாள், அதனால் நடக்காமல், ஒலி எழுப்பாமல் நிற்கிறாள். கிட்டத்தட்ட இதேபோன்ற இன்னொரு காட்சியை நாம் அகநானூற்றில் காண்கிறோம். அந்தப் பாடலை எழுதியவர் குறுங்குடி மருதனார்.

அங்கு ஒரு தலைவன் தேரில் விரைவாகச் செல்கிறான். சிறந்த வேலைப்பாடுகளை உடைய அவனுடைய தேரில் ஆங்காங்கு மணிகள் கட்டப்பட்டுள்ளன. அவை இனிமையாக ஒலி எழுப்புகின்றன.

ஆனால், அந்த ஒலி அவனுடைய மனத்தில் வேறோர் எண்ணத்தை உண்டாக்குகிறது. சாலையின் இருபக்கமும் உள்ள சோலைகளில் துணையோடு தங்கி வாழ்கிற வண்டுகள் இந்த மணி ஒலியைக் கேட்டு அஞ்சிவிடுமோ, அவற்றின் அன்பான அணைப்பு கலைந்துவிடுமோ என்று அவன் எண்ணுகிறான். தேரை நிறுத்தி, அதில் உள்ள மணிகளின் நாக்குகளை இழுத்துக் கட்டுகிறான். அவை ஒலி எழுப்பாதபடி செய்துவிட்டுப் பயணத்தைத் தொடர்கிறான்.

> பூத்த பொங்கர்த் துணையொடு வதிந்த
> தாது உண் பறவை பேது உறல் அஞ்சி
> மணி நா ஆர்த்த மாண்வினைத் தேரன்

மான்களுக்கென மனம் இரங்கியவள் புறநானூற்றில், வண்டுகளுக்கென மனம் இரங்கியவன் அகநானூற்றில், இவர்கள் இருவரும் தமிழர்களுடைய அன்பு மனங்களை நமக்கு எடுத்துக்காட்டுகிறார்கள்!

(நிறைந்தது)

தெளிவான எழுத்தும் ஆழமான ஆய்வும் நிறைந்த நூல்களுக்காகத் தமிழ் வாசகர்களிடையில் நன்கு அறியப்பட்டுள்ள என். சொக்கன் புனைவு, வாழ்க்கை வரலாறு, நிறுவன வரலாறு, தன்னம்பிக்கை, சிறுவர் இலக்கியம் உள்ளிட்ட துறைகளில் இதுவரை எழுபதுக்கும் மேற்பட்ட நூல்கள், நூற்றுக்கணக்கான கதைகள், கட்டுரைகளை எழுதியுள்ளார். விரிவான ஆய்வுகள், சான்றுகளின் அடிப்படையிலான ஆழமான வரலாற்று நூல்களைத் தமிழில் எழுத இயலும், அவற்றைப் பெரும்பான்மை வாசகர்களுக்குக் கொண்டுசேர்க்கவும் இயலும் என்பதைப் பலமுறை நிரூபித்த எழுத்து வகை இவருடையது.

தமிழ், ஆங்கிலம் ஆகிய இரு மொழிகளிலும் எழுதும் சொக்கனுடைய நூல்கள் ஹிந்தி, கன்னடம், மலையாளம் உள்ளிட்ட பல மொழிகளில் மொழிபெயர்ப்பாகியுள்ளன.